அமரனின் காதல்

[கவிதைத் தொகுப்பு]

பாலகவி

அமரனின் காதல்

கவிதை

ஆசிரியர் : பாலகவி 2022 ©

முதல் பதிப்பு : ஆகஸ்ட் 2022

வெளியீடு : ஏலே பதிப்பகம்

5/175, பாத்திமா நகர், கூத்தென்குழி,

திருநெல்வேலி - 627104

தொடர்புக்கு : +91 9944992571

AMARANIN KADHAL

Poetry

All rights reserved

by Balakavi 2022 ©

First Edition : August 2022

Pages: 41

ISBN : 978-93-5533-237-0

Aelay Publish

Contact : +91 9944992571

Designed by : Aelay publish team

என்னுரை

வணக்கம்

அமரனின் காதல். இது ஒரு கவிதைத் தொகுப்பு. ஒரு ஏழை எளிய மகனுக்கு தமிழ்மீது ஏற்படும் காதல். பல்வேறு தலைப்புகளின் கீழ் கவிதைகள் இடம் பெற்றுள்ளன...

"காதலே கவிதையின் முதல்வரி" என்னும் வார்த்தைக்கு இணங்க கவிதையின் காதலனாய் பிறப்பெடுத்து கவிஉலகிற்கு அர்ப்பணிக்கிறேன்.. என் வரிகள் மூலம் அனைவரையும் கவிஉலகிற்கு அழைத்துச் செல்வதனால் பெரு மகிழ்ச்சி அடைகிறேன்....

கவிப்பறவை இனிப் பறக்கட்டும்....

காவியம்

காவியம் படைப்பதில்
காதல்கொண்டிருந்தேன்..
என் கனவை சுமப்பதே ஆயுள்
என்றிருந்தேன்..
புனிதகவி எழுதும் திறமை
கொண்டிருந்தேன்..
தமிழ்த்தாய் புகழ்பேசுவதே ஆசை
என்றிருந்தேன்..
தீராக் காதலின்வலிகள்
உணர்ந்திருந்தேன்..
உணர்ந்து என்ன பயன்
அயர்ந்து தான் நான் நின்றேன்....

♥

நினைவள்

காலம், நேரம்யாவும் அறியாமல்

கலங்கி நிற்கிறேன்

காகிதம் போல் எங்கும்

கசங்கி விழுகிறேன்

இருள் சூழ்ந்த என்வாழ்க்கை பாதையில்

ஒளியென வந்தவளோ

என்மனதின் இருள்பேயை அகற்றி

என் இதயத்தில் அமர்ந்துவிட்டாள்....

♥

பழுவல்

ஏழ்மையில் நான்வாட, எளிமையை
நான் தேட என்னுள் தோண்றியதே
என்முதல் காதல் !
தனிமையிலும் சரி, தீராத தளர்வுகளிலும்
சரி உனை
புரட்டி பார்த்த என்மனமோ இலகுகிறது..
என்காதலின் இலக்கணம் உன்னுள்
புதைக்கப்பட
அதை மீட்டெடுக்க முயல்கிறேன்
அன்பே உன் காதலனாய், காலங்கள்
கடந்து என்கவியின் பொருளாய்
நீ இருப்பின் கதைக்கிறேன்
அன்பே உன்னோடு நான்.....

♥

வில் அம்பு

கவிபாடும் இரண்டு கண்கள் அந்தக்
கண்களின் மேல் நான்எய்த அம்புகள்
அந்தஅம்பின் நுனியில் நான் உறங்கிட
அவளின் இதழ்கள் எனக்கு
தாலாட்டு பாடும்.....

♥

உன்விரல்

காலமே கடந்து செல்கிறது, கண்ணீரில்
நதிபெருக்கெடுத்து ஓடுகிறது, ஓய்வும்
இல்லாமல், உறக்கமும் இல்லாமல்,
உழைத்திட ஓர்உடல் தயார்.
அதற்கு உயிர் கொடுக்க
உன்விரல் விரைந்திடுமா?

♥

எங்கவியின் பிம்பம்

என்கவிதையை நான்காண
முற்படுகின்றேன் கவி
பெண்ணாக இருப்பின் என்
கண்நுனியில் அடங்கியிருப்பாள்,
அவளின் பிம்பம் என்முன் மிளிர, என்
கருவிழியில் அவள்முன் முகம்பார்ப்பாள்..

♥

காதலும் கடவுளும்

எவ்வகை காதல்கள் இங்குண்டு?
ஏராள மக்களின் மனதில் பொய்யுண்டு
எனில் ஏன் இங்கு காதல் தோன்றுகிறது ?
ஒருவேளை கடவுள் நம்மை திருத்த
பயன்படுத்தும் கடைசி ஆயுதம் காதல்
தானோ?....

♥

சிக்கனமும் சேமிப்பும்

சேமித்தபணமும், சேவைசெய்த குணமும்
காற்றாய் மறைந்தது ஓர்நொடியில்
சிக்கனமாய் வாழ்ந்ததும், சீராட்டி
வளர்த்ததும்.
ஓரிடத்தில் வளர்ந்தது தாய்மடியில்
தண்ணீராய் கரைகிறது பணம்
யாருக்கும் கொடுத்து உதவாத மனம்
சிக்கனமாய் இல்லாத மனித இனம்
திருந்தினால் உலகெங்கும் உங்கள்தினம்...

♥

அமுதுமொழி

தூயகாற்றில் துகள்களை சுவாசிக்க
வேண்டும்
நீலவானம் எங்கும் பறந்த மேகங்களை
நேசிக்க வேண்டும்
தமிழ் அன்னையின் கால்தொட்டு
இவ்வுலகம் பூசிக்க வேண்டும்
அமுதுமொழி என்று தமிழ் உலகம் தாண்டி
பிரவேசிக்க வேண்டும்...

♥

யார் நீ ?

கண்மூடும்போது வரும் கனவாய் நீ !
இயற்கையின் வரைபடமாய் நீ !
வழிநடத்தும் கால்தடமாய் நீ !
காணல்நீரில் கவிதையாய் நீ !
வானிலிருந்து இறங்கிய தேவதையா நீ !
இல்லை,
வான்முட்டும் மேகங்களின்
மேலுறையா நீ!
கற்பித்த தமிழ் அன்னையின்
கடைக்குட்டியா நீ!
கையாலாகாத கவிஞனின் கைப்பிடியா நீ!

♥

நம்மொழி

புன்னகையால் சிறகடித்து, பூலோகம்
நான் மறந்து, பாவையின் மடிவீழ ஆசை
பூவினமே உன்னை
என்கவி வழி புகழ்பாட ஆசை
தினம்புதிய இலக்கணம் நம்வழி பிறந்திட
புரியாதே நம் மொழி இங்கு
யாவருக்கும்...

♥

அஞ்சாதே பெண்ணே

'அஞ்சாதே' பெண்ணே உன் இடுப்பில்
ஓர் குழந்தை என்று,
'மயங்காதே' பெண்ணே மனித இனத்தை
தாண்டும் உன் எல்லை,
'புரியாதோ' பெண்ணே புல்வெளியும்
நும் சொந்தம் இல்லை,
'அறியாதோ' கண்ணே ஆருயிராய் மானம்
காக்கும் தன்னை,

'கலங்காதே' பெண்ணே கண்ணீரினால்
வெல்வது ஏதும் இல்லை,
'எழுந்துவா' பெண்ணே உனக்கு ஏணி
ஒன்றும் இங்கில்லை,
'மதங்களை உதறிவா' பெண்ணே மனிதமே
உனைகாக்கும் அன்னை.
'சமத்துவம் அறிந்துசெல்' பெண்ணே
அறியாதோர்க்கு தீண்டாமை என்பதே
புதிய சொல்லாயிற்று....

❤

மகிழ்ச்சி

ஏழைக்குழந்தையின் பூவிதழ் சிரிப்பைக்
கண்டேன். இதழோரம் சிரித்து பூக்களின்
என்அழகு வென்றாள்.என் அழகு
செல்லமே
என ஏக்கத்துடன் நான் பார்க்க,
அலைகள் ஏதும் இல்லாமல்
இன்ப வெள்ளத்தில் சிக்கிய நான்
சொகுசு வாழ்க்கை தேவையில்லை

ஆடம்பரமோ வாழ்க்கை தொல்லை

மகிழ்ச்சியாக நான்வாழ ஓர்

இன்பவலி தந்துவிட்டாள்.. இதுஅல்லவா

வாழ்வின் மகிழ்ச்சி கொடுத்துவிடு

என் ஆயுள் முழுதையும் அவளுக்கு,

செய்த பாவங்கள் என்னோடு போக

புது இனத்தின் தேவதைபோல்

வளம் வருவாள்....

♥

உனக்கு ஒருவரம் அளிக்கிறேன்

மினுமினுக்கும் உன் கண்களுக்கு
  மின்னலாலான விழியை தருகிறேன்
கருமையான உன் கூந்தலின் மேல்
  தேனுகர் வண்டுகளை அமரச் செய்கிறேன்
செக்கச்சிவந்த உன் இதழ்களுக்கு
  செம்பருத்தி மலரை தருகிறேன்
உன் மெய்யான உள்ளத்திற்கு
  இவ்வுலகையே பரிசளிக்கிறேன்....

♥

நேசம்

காதல் மேடையில் தோல்வியுற்ற நானே.
மணமேடையில் உனைகரம் பிடிப்பேன்.
என்இதயக்கூட்டிலே உனைசிறை
அடைப்பேன்.
என்ஆசைகளை கூறி உன்னிடம்
மனம் திறப்பேன்.
புனிதக்காதலை தந்தபின்பே
உயிர்துறப்பேன்...

♥

மேமதுரை

கட்டடகலைகளாலும்,
திருமலை நாயக்கர் படைகளாலும்,
ஈசனின் கவிதை பிழைகளாலும்,
யானைப்போர் கண்டமக்கள்
அலைகளாலும்,
அடங்காத வைகை நதி கரைகளாலும்,
பெரும்புலவர்கள் செதுக்கிய கவிகளாலும்,
மேலோங்கி நிற்கிறது எம்மதுரை...

♥

பதினெட்டாம் பருவம்

பதினெட்டாம் வயதினிலே வாழ்க்கையின்
நிதர்சனம் புரிந்துக்கொண்டேன்.
பாரங்கள் சுமந்த என்தெய்வங்கள்
வலிகளை அறியகண்டேன்.
கண்கள் இரண்டும் குளம் போல
காட்சியளிக்க இன்னும் இருக்கிறதா
இறைவா என்உயிர் வாட?...

♥

பெண்ணவளின் ஆளுமை

அழுத்தி பிடித்த விரலையும் அணைக்க
துடிக்கும் இதழையும் அடக்கி ஆள்வது
அவள் பார்வை தான்..
அவளின் விழியின் விளிம்பில்
உயிர் கரையுதே,
நிலவெங்கும் அவள் பிம்பம்
தெரியுதே,
அறியா தேசம் நானும் அறிந்திட
அறிவேனா பெண்மனம்?

தூக்கம் என்னும் மரணத்தில்
தினம்தினம் பிழைக்கின்றேன்
உன்நினைவில், நினைவோடு உறவாட
உறவின்றி இமைமூடினேன்,
விழியெங்கும் காணல் நீரோடு....

♥

சமநிலை

ஆண், பெண் என்ற பிரிவினை அகற்றி
நாடாள அழைத்துச் சென்ற
பெரியாரின் வழி என் வழி...
சமத்துவமே என்முதல் ஆசை...
சமுதாயமே என் உயிர் ஓசை...
நண்பன் நண்பி யாவரும்
என்துணை நிற்க்க
துணாகும் என்நட்பு
வாழ்வின்றி தவிப்போருக்கு

இனம் தாண்டிய பல்வேறு புரிதல்களை
புரட்டிப்பார்த்தேன்
புவிதாண்டிய பால்வெளியில்
பாவையும், காளையும் சமமென்று
சொன்னார் சமத்துவ சானக்கியன்,
இன்று விண்வெளியிலும் பெண்ணின்
குரல்,
தெருவெங்கிலும் அவளின் பாசமடல்
தோழா ஈறுடல் ஒருயிர் ஆயிற்று
பாலினம்புகழ் சமத்துவம் வழி
பேணியதன்மூலம்...

♥

ஏழைமகனின் காதல்

மேய்ச்சலுக்கு செல்லும் ஆடுகள் முன்பே
தினம்என் கனவுகள் களைகிறது
காகித காதலும் பின்னே,
சூரியனும், நெருஞ்சிமுற்க்களும், மூலிகை
வாசமும் என்னைத்தழுவிச் செல்ல
உழைக்கிறேன் உறங்காமல்,
ஒருபானை சோற்றுக்காக, தாகத்தால்
நான் தவிக்க , தன் தாகம்
தீர்த்துக்கொள்கிறான் கதிரவன்.

நிம்மதியான உறக்கம் வேண்டி
நான் உறங்க,
உழைத்தவன் இரத்தம்
உரிஞ்சுகிறான் எளியவன்..
கல்விகற்க என் குழந்தை செல்ல
வேடிக்கையானது என் தொழில்
மேலோருக்கு.. இனி இன்னல்கள்
ஏதும் உண்டெனில் அவை தெரியுமா
உந்தன் பார்வைக்கு?..

♥

அன்னை

பால்வெளியில் நிலவின் ஒளியில்
ஓரம்சாய்கிறேன் அன்னையின் மடியில்
கதைகள் சொல்லி, மனதை மயக்கி
பசி ஆற்றுகிறது பாவையின் பாசம்
தூக்கம் தொலைத்து என்னை கனவில்
புலம்பச் செய்கிறாள் என் அன்னை
அவளின் துன்பம் மறக்க சிரிக்கிறாள்
அதுவே என் வாழ்வின் பெளர்னமி !...

♥

என் கவியின் தேடல்

கவியே! கண்விழியில் கலந்தாய்,
கருணையில் பிறந்தாய்
இருளில் என்கரம் கோர்த்து,
நிலவின் மறைவில் வாழ்ந்தாய்.
உன்துணையின்றி என்மாலையும்
கவிச்சுடரின்றி
தமிழ்பேழையும், என்தேடலின்
ஓர்ஓரமாய், தவழும்
கவிக்காதலின் சுகபாரமாய்.
தினம்புது கவிபடைப்பேன், அமுதே
புரியாதொரு ஆணையின்வழியில்..

♥

அமுதாய்க்கவி

வெண்பனியே! என் அமுதே
தினம் என்னை அறைகிறாய்
உன்
கள்ளச் சிரிப்பினிலே,
மறந்தும் நான் பிறக்கிறேன் சித்தர்கள்
நடுவே மடத்தினிலே,
பிழைகளோடு என்கவியும் அதைகாண
துடிக்கும் உன்விழியும்
ஜாலங்கள் செய்கிறதே இதயத்தின்
அறைக்குள்ளே!

கிறுக்கிடும் காதல் ஆசைகளை
மறைக்கிறேன் மர்மமுடிச்சுகளால்
மர்மம் தழுவிய காதல் உலாவர
உயிர்வீழ்ந்தாலும் விதைக்கப்படும்
என்கவி மண்ணிலே!...

♥

எழுத்தின் கடைசிக்குரல்

நொடிக்கு ஒருமுறை உயிர்பிரிகிறது,
மீளாளென்
கனவில்குருதி அழைகிறது,
அழுகைகுரல் வான்முட்டி என் செவியை
பிழிகிறது, மானம்காக்க உடல்
மண்ணோடு
வீழ்கிறது.

உயிரைகாக்க சொந்தங்களை நாடி,
பிரிகிறோம் நாட்டைவிட்டு அமைதியை
தேடி, மானம் இழந்தோம், கர்ப்பும்
இழந்தோம் கடல்தாண்டி வந்தமைக்கு.
தாய்நாடு துணையின்றி, உடலுக்கு
துணியின்றி, உணவின்றி தவித்தோருக்கு
உதவியநல் நெஞ்சங்களை
உயிர்போனாலும்
மறப்பேனா? மறந்தால்நான் மண்தானே!.

♥

ஆசை.

மதுபோதையில் ஆடிட ஆசையில்லை,
புகழ்போதையில் ஆடிட ஆசை.
குடிபோதையில் நானும் வீழ்ந்ததில்லை,
குபேரன் போல்எங்கும் வாழ்ந்திட ஆசை.
மதங்களை அறிந்திட ஆசையில்லை,
புவியில் மனிதம் பிறந்திட ஆசை.
கலைகளை அறிந்திட ஆசையில்லை,
கவிப்புயலோடு பறந்திட ஆசை..

♥

நீயின்றி நான்.

உடல்இருந்து என்ன பயன்? உயிர்பிரிந்து
போனபிறகு.
நீயின்றி நான்யென்பது இதுபோன்ற
ஒர்நிகழ்வு.
மனிதம் தோன்றி என்ன பயன்?வழிகள்
இன்றி திரிந்தபோது.
நீயின்றி நான்என்பது இதுபோன்ற
ஒர்நிகழ்வு.

♥

வணக்கம்...

என் இயற்பெயர் ச. பாலகுமார் பாலகவி என்னும் பெயரில் பல்வேறு கவிதைத்தொகுப்புகளில் துணை எழுத்தாளராக பணியாற்றியுள்ளேன். மதுரையில் பிறந்து, வளர்ந்ததால் தமிழ்பற்று அதிகம்.. மதுரை காமராஜர் பல்கலைகழக கல்லூரியில் இரண்டாமாண்டு இளங்கலை வணிகவியல் படிக்கிறேன்.. இந்த கவிதை தொகுப்பு என் நீண்ட கால ஆசை மற்றும் கனவாகும் ..இது தொடக்கம் மட்டுமே, மேலும் உங்கள் அன்பை பெற மீண்டும் அமரன் புதுப்பிறப்பெடுத்து வருவான் என்பதில் சந்தேகமேயில்லை....

நன்றி